கொம்பு முளைத்த நிலா

(ஹைக்கூ கவிதைகள்)

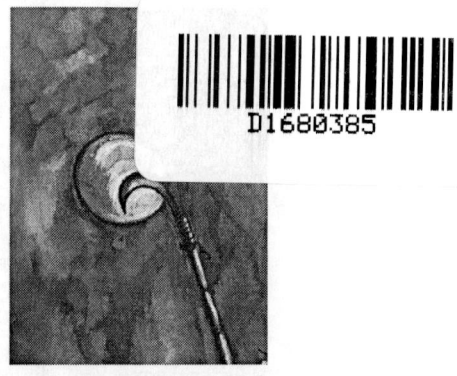

மு. முருகேஷ்

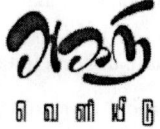

அகநி
வெளியீடு

வெளியீடு: 183
ISBN: 978-93-93866-59-2

கொம்பு முளைத்த நிலா
(ஹைக்கூ கவிதைகள்)

© மு.முருகேஷ்

முதல் பதிப்பு : ஜீன் - 2024
பக்கம் : 84
ஒளியச்சு : வந்தை முருகுபாரதி
உள் ஓவியங்கள் : ஓவியக்கவிஞர் ஆ.உமாபதி
அச்சாக்கம் : எம்.வி.ஆப்செட் பிரிண்ட்ஸ், சென்னை.
வெளியீடு : அகநி வெளியீடு
எண் : 3, பாடசாலை வீதி
அம்மையப்பட்டு, வந்தவாசி - 604 408
திருவண்ணாமலை மாவட்டம்
பேசி : 94443 60421
மின்னஞ்சல்: akaniveliyeedu@gmail.com

Kombu Mulaitha Nila
(Haiku Poems)

© **Mu.Murugesh**

First Edition : June - 2024
Pages : 84
Laser Print : Vandhai Murugubharathi
Inner Illustration : Oviyakavignar A.Umapathy
Printing : M.V.Offset prints, Chennai.
Published By : Akani Veliyeedu
No : 3, Padasaalai Street, Ammaiyappattu
Vandavasi - 604 408
Thiruvannamalai District
Cell : 94443 60421.
E.mail: akaniveliyeedu@gmail.com

விலை: ரூ.100/-

கன்னல் பூக்கும் மின்னல் வரிகள்

ஹைக்கூவைப் புரிந்துகொள்ள ஜென்னையும், அதன் தனித்துவம் வாய்ந்த மரபுகளையும் அறிந்துகொள்ள வேண்டும்.

ஜென் என்பது சீன மனமும், இந்தியச் சிந்தனையும் மகரந்தச் சேர்க்கை நடத்தியதால் மலர்ந்த மனோரஞ்சித மலர். பௌத்தச் சிந்தனை கி.பி. ஒன்றாம் நூற்றாண்டில் இந்தியாவிலிருந்து சீனத்துக்குள் நுழைந்தது. அதன் பற்றற்ற தன்மையை சீனம் ரசிக்கவில்லை. சீனர்கள் தத்துவப் பார்வையில் ஊஞ்சலாடுபவர்கள் அல்லர். அவர்கள் உலகியல் பார்வையில் ஊறித் திளைத்தவர்கள். இரண்டும் இணைந்தபோது உருவானவை ஜென் மடாலயங்கள்.

ஒவ்வொரு மடாலயமும் சுய நிர்வாக அமைப்பு கொண்ட நிறுவனம். தனித்தனி அலகுகளாகத் தங்களைத் தாங்களே நிர்வாகம் செய்துகொள்ளும் அமைப்பு பெற்றவை. பௌத்த சங்கத்திற்கும், ஜென் மடாலயத்திற்கும் மிகப் பெரிய வேறுபாடு உண்டு. ஜென் மடாலயங்கள் ஜனநாயகரீதியில் அமைந்தவை.

மு.முருகேஷ்

அதன் துறவிகள் பொருளாதாரரீதியாகவும், அரசியல்ரீதியாகவும் விழிப்புணர்வு பெற்றவர்களாகத் திகழ்பவர்கள்.

ஜென் துறவிகள் மடாலயத்தின் அத்தனை பொறுப்புகளையும் நிறைவேற்றுவதோடு, தலைமைத் துறவியின் பிரசங்கங்களையும் கேட்பார்கள். அவை சுருக்கமாகவும், ஆழமாகவும் இருக்கும். அங்கு நேரடியான விடை கிடைப்பதில்லை. ஆனால் செயல்பாடுகளோ நேரடியாகவும், அதிரடியாகவும் இருக்கும்.

ஒரு சின்ன உதாரணம்.

ரின்ஜாய் என்கிற துறவியிடம் பயிற்சி பெற்ற கையோடு ஓர் இளம் துறவி வெளியே நடந்து வருகிறபோது, இன்னொரு பௌத்தப் பள்ளியைச் சார்ந்த மூன்று துறவிகளை எதிர்கொண்டார். எப்போதுமே மடாலயங்களுக்குள் மன வேறுபாடு உண்டு. அவர்களில் ஒருவர் எகத்தாளமாக, "ஜென் ஆறு எவ்வளவு ஆழம்?" என்றார். அப்போது அவர்கள் நதியொன்றின் மேல் அமைந்த பாலத்தில் இருந்தார்கள். உடனே அந்த இளம் துறவி, "நீங்களே கண்டுபிடியுங்கள்" என்று கேள்வி கேட்ட துறவியைப் பாலத்திலிருந்து தூக்கிப்போடத் தயாரானார். அவருடைய நண்பர்கள் கெஞ்சிக் கேட்டதன் பேரில் மன்னித்து விட்டார்.

ஜென் என்பது வார்த்தை ஜாலம் அல்ல. அது மொழியியலின் அத்தனை கோட்பாடுகளையும் புறந்தள்ளுவது. அங்கு அனுபவத் துளிர்ப்பும், வெளிப்படும் விதமும் ஒன்றாகவே இருக்கின்றன. அது நேரடியான அனுபவத்தையே பிழிந்து தருகிறது, சின்னச்சின்ன துளிகளாக. அங்கு தர்க்கம் தோற்றுப் போகிறது.

ஜென் என்பது மதமோ, கோட்பாடோ அல்ல. அது வாழ்க்கை முறை. ஒவ்வொரு நொடியையும் விழிப்புணர்வோடு நோக்குவது.

கொம்பு முளைத்த நிலா

நாம் செய்யும் செயலில் முழுவதுமாகக் கரைகிறபோது அது கொண்டாட்டமாகி விடுகிறது. ஜென்னைப் பயிற்றுவிப்பவர்கள் சில நேரங்களில் அறிவியலுக்கு அப்பாற்பட்டும், கடுமையாகவும், மனிதத்தன்மை அற்றும் நடந்துகொள்வது உண்டு.

ஜென்னின் வெளிப்பாடாகக் கருதப்படுகிற ஹைக்கூவிற்கும் அதற்கும் மிகப் பெரிய ஒற்றுமை ஒன்று உண்டு. அது தன்முனைப்பற்ற தன்மை.

ஹைக்கூ கவிதையிலும் ஜென்னைப்போல 'நான்' என்கிற உணர்வைக் கழற்றி வைப்பது அவசியம். ஜென்னின் கலை வடிவங்கள் அனைத்துமே நம்மை அடையாளமற்றவர்களாக ஆக்கிக் கொள்வதை அடிப்படையாகக் கொண்டவை. ஹைக்கூவும் அதைப்போல நம் உணர்வுகளையும், இயற்கையையும் வாழ்விலும் பிரம்மாண்டமாக வெளிப்படுத்தி சிலாகிக்கும் தன்மை கொண்டது. அதற்கு இறுதி நோக்கம் என்ற ஒன்று இல்லை. தனக்கு ஏற்பட்ட கலைக் கிளர்ச்சியை வெளிப்படுத்துகிற ஒரு சாதனமாக மட்டுமே அதை எழுதுபவர் இருக்கிறார். அவர் அங்கு ஒரு சாட்சியாக நின்று நமக்குச் சுட்டிக்காட்டுகிறார். ஆழ்மனத்திலும் 'தான்' என்கிற எண்ணம் முற்றிலுமாக அற்றுப் போகிறபோதுதான் இது சாத்தியம். அதனால்தான் ஜென்னின் வயப்பட்ட ஒருவர் மட்டுமே வெற்றிகரமாக ஹைக்கூ கவிதையை எழுத முடியும். அது ஒருவிதமான திடீர் மெய்ஞானமாக உலகியலிலிருந்து துண்டித்து நம்மை முழுவதுமாக இல்லாமல் செய்துவிடும்.

ஹைக்கூ என்பது 17 உயிர்ச்சொற்களால் உருவான ஜப்பானியக் கவிதை வடிவமாக இருந்தது. அது ஒரு வகை தற்கால ஞானோதயத்தின் வெளிப்பாடாக, நாம் பார்க்கிற பொருட்களின் மீது உண்டாகும் உணர்வின் திரட்டாக இருந்தது.

ஹைக்கூவை ஒட்டுமொத்தமாக வாசித்துவிட முடியாது. இயற்கையின் அத்தனை அம்சமும் நமக்கு என்பது மேற்கத்திய கோட்பாடு. டி.டி.சுசிக்கி கூறுவதைப்போல, டென்னிசன் எழுதிய 'சின்னப்பூவே! உன்னை வேரிலிருந்து ஒட்டுமொத்தமாக நான் அறிந்துகொண்டால் இறைவனையும் மனிதனையும் அறிந்து கொண்டதைப்போல' என்கிற கவிதையில் தொனிக்கும் மனிதன் என்கிற ஆதிக்க மனப்பான்மைக்கும், பாஷோ எழுதிய 'நான் வேலியோரம் பூக்கும் நசூனியாவைக் கவனமாகப் பார்த்தேன்' என்கிற தன்முனைப்பற்ற தன்மைக்கும் நிறைய வேறுபாடுகள் உண்டு.

நசூனியாவையும், தன்னையும் பாஷோ தனித்தனியாகப் பார்க்கவில்லை. இரண்டும் அவருக்கு ஒன்றுதான். 'செழித்து ஓங்கியிருக்கும் பிரம்மாண்டத்தின் முன்பு தற்காலிகமாகக் கடந்து செல்கிறவர்கள் நாம்' என்கிற எண்ணத்தில்தான் ஜென் ஹைக்கூ கவிதைகள் உருவாகின்றன. அவற்றை யாரும் வலுக்கட்டாயமாக அமர்ந்து எழுத முடியாது. அப்படி எழுதினால் அவை சக்கையாக வந்துவிழுமே தவிர, சதைப்பிடிப்பாக இருக்காது.

தமிழில் தொடர்ந்து ஹைக்கூ கவிதைகளை எழுதி, அவற்றைப் பரவலான வாசகர்களிடம் கொண்டு சென்று, துளிநேர மெய்ஞானத்திற்கு அவர்களை இட்டுச்செல்லும் முயற்சியில் ஈடுபடுபவர் கவிஞர் மு.முருகேஷ்.

ஹைக்கூவை விடுகதைகளைப்போல எழுதி சுகம் காணும் பலர் இருக்கிறார்கள். நம்மிடம் இருக்கிற மிகப் பெரிய குறைபாடே அனைத்தையும் எளிமையாக்கி விடலாம் என்கிற எண்ணமே. எழுதியவரிடமே சிலர் பொழிப்புரை கேட்பதுண்டு.

எப்படி எழுதியவர் மெய்ப்புப் பார்க்கக் கூடாதோ, அதைப்போல பொழிப்புரையுடன் ஹைக்கூவை அணுக முடியாது. நாமும் அந்த உணர்வு நிலைக்கு நம்மைக் கடத்த வேண்டும். அதற்கு இருமையற்ற நிலை ஏற்பட வேண்டும். நாமே அந்தச் சூழலில் ஒரு பட்டாம்பூச்சியைப் பார்ப்பதைப்போலவும், சிகாடாவைப் பார்ப்பதைப்போலவும் உணர்ந்தால்தான் அது நம் ஆன்மாவில் கிளர்ச்சியை ஏற்படுத்தும்.

முருகேஷ் அவர்கள் இயற்கையைத் தாண்டியும் ஹைக்கூ கவிதைகளை அரசியல் விழிப்புணர்வு ஊட்டும் வகையில் எழுதுபவர். அரசியல் குறித்த விழிப்புணர்வை ஏற்படுத்துவதும் ஒருவித பரந்துபட்ட செயல்பாடு என்பதை ஜென் துறவிகள் வசமே நாம் அறிந்துகொள்ள முடியும். அவர்கள் வறுமையைக்கூட நயமாகச் சுட்டிக்காட்டியவர்கள். அவர்கள் நான் ஏற்கெனவே கூறியதைப்போல அரசியல் விழிப்புணர்வு கொண்டவர்களாகவே திகழ்கிறார்கள். உலகத்தின் போக்குகளுக்குக் காதைப் பொத்திக் கொண்டு செல்பவர்களாக அவர்கள் இருப்பதில்லை.

திரையில் தெரியும் வெளிச்சத்தில் மயங்கி தங்கள் வாழ்க்கையில் இருளை அப்பிப் பூசிக் கொள்கின்ற பலரை நாம் பார்க்கிறோம். கற்பனைகளில் தங்கள் மனத்தைப் பறிகொடுத்து, மாயக் கனவுகளை உள்ளமெங்கும் தெளித்து, அதையே உண்மையென ஏமாந்து விடுகிற பலர் நாட்டையே பின்னடையச் செய்வதுண்டு. அதை முருகேஷ் நாசூக்காக,

'மேடையில் குவிந்திருக்கும்
பிரம்மாண்டமான வெளிச்சம்
அரங்கம் முழுக்க அடர்ந்த இருள்.'

- என்று குறிப்பிடுகிறார். அதில் இருளில் இருப்பவர்கள் பொய்யான வெளிச்சத்தில் தங்களைப் பறிகொடுப்பதும், வெளிச்சத்திலேயே எப்போதும் இருக்க விரும்புகிறவர்கள் அடுத்தவர்களை இருளிலேயே வைத்திருப்பதும் சூசகமாகச் சொல்லப்பட்டிருக்கிறது.

இலைகளின்மீது படிந்திருக்கும் பனித்துளிகளை பார்வைரீதியாக 'முத்துகள்' என்றும், 'பனிக்குடம்' என்றும் கவிஞர்கள் குறிப்பிட்டது உண்டு. மேற்கத்திய கவிதை, வரிசையாகப் படிந்திருக்கும் பனித்துளிகளை 'வைர அட்டிகை' என்று வர்ணித்திருக்கிறது. இவையெல்லாம் காட்சிரீதியானவை. உணர்வுரீதியாக நம்மிலும் சில சலனத்தை ஏற்படுத்தினால்தான் அது ஹைக்கூவாக முடியும். எழுதியவருக்கு ஏற்பட்ட அதே சிலிர்ப்பை நமக்கும் ஏற்படுத்தும் வகையில் ஒரு ஹைக்கூ.

> 'புல்வெளிக்குள்
> வெறுங்காலால் நடந்தேன்
> எத்தனையெத்தனை பனி முத்தங்கள்.'

வெறும் காலோடு புல்லுக்கு மத்தியில் நடந்தவர்களுக்குத்தான் அந்தப் பனித்துளிகளின் முத்தங்கள் பரவசப்படுத்துவது தெரியும்.

அமில மழையின் காரணமாக மீன்கள் செத்துப்போவதும், தண்ணீர் மாசுபடுவதும் இயற்கையின் பிறழ்வை உணர்த்தும் நிகழ்வுகள். இயற்கையை வியப்பது மட்டும் அல்ல, அதன் சிதிலங்களையும் கவித்துவப் பார்வையுடன் கட்டம் கட்டுகிறது முருகேஷின் ஹைக்கூ.

> 'குளக்கரையில் கொக்கு
> மிரட்சியோடு பார்க்கிறது
> செத்து மிதக்கும் மீன்களை.'

கொம்பு முளைத்த நிலா

முற்றிலும் அரசியல் பார்வையோடு அவர் எழுதியிருக்கிற இன்னொரு ஹைக்கூ பெரும் விவாதத்தைத் தொடங்கி வைக்கும் தன்மையுடையது.

> 'பறந்தது தேசியக்கொடி
> உதிர்ந்த பூக்களுக்குள்
> நெளியும் புழுக்கள்.'

கைப்பேசியில் அதன் உரிமையாளரைத் தவிர வேறு யாராவது தொடர்புகொண்டால் ஏதோ சிக்கல் என்று பொருள். அப்படி வேறு யாரோ பேசும்போது அதற்குரியவர் விபத்தில் சிக்கிக்கொண்ட விவரம் தெரிவதை அனுபவப்பட்டவர்களுக்கு அது பாம்பினைத் தொட்ட அனுபவம்போலவே விழுதினைத் தொடும்போதும் இருக்கும்.

விபத்தில் பலியானவர்கள் கைப்பேசி ஒலிக்கும்போது எதிர்முனையில் இருப்பவர்களிடம் என்ன சொல்வது? எப்படி அந்தத் துக்கமான செய்தியைக் குரல்வளையில் கோலிசோடாவில் கோலி புரள்வதைப்போல விழுங்கிக்கொள்ள இயலாமல் உரைப்பது? விம்மி அழுகிறவர்களை எவ்வாறு சமாதானப் படுத்துவது?

இந்த உணர்வை மூன்றே வரிகளில் ஒரு சோகக் காவியத்தைப்போல சுருக்கிக் கொடுத்து விடுகிறார் முருகேஷ்.

> 'என்ன பதில் சொல்ல
> விபத்தில் பலியானவனின் கைப்பேசியில்
> விடாத தொடர் அழைப்பு.'

உணர்வுகளைச் சலித்துச் சலித்து மீண்டும் அவற்றை நினைவுகளோடு பொருத்திப் பார்க்கும்போதுதான் இத்தகைய கவிதைகள் சாத்தியம்.

மு.முருகேஷ்

ஜென்னைப் பொருத்தவரை அது வாழ்க்கை தற்காலிகமானது என்றாலும் முழுமையாக வாழ வேண்டும், துளித்துளியாக ரசித்து வாழ வேண்டும் என்பதை வலியுறுத்துகிறது. அதனால்தான் அங்கு தேநீர்ச் சடங்கு. தேநீரை மௌனமாக ருசித்து ருசித்து உண்ண வேண்டும். அந்த நொடியில் முழுமையான மௌனம். நாமே தேநீராகிவிடும் அனுபவம்.

ஹைக்கூவும் அதன் அடிப்படையிலேயே அனைத்தையும் பதிவு செய்கிறது. அதை உணர்த்தும் வகையில் பாஷோவின் ஒரு கவிதை.

> 'தெள்ளுப்பூச்சிகளும் பேன்களும்
> குதிரையோ சிறுநீர் கழிக்கிறது
> என் தலையணைக்கு அருகில்.'

இந்தக் கவிதை அசூயையை வெளிப்படுத்துகிற கவிதை அல்ல. இவற்றைத் தாண்டி வாழ்க்கையை நுகர வேண்டும் என்கிற பார்வை. இவையெல்லாம் நம்மைக் கடந்துசென்று விடுபவை. கசப்புகளைக் கடந்து மேலும் மேலும் செல்கிறபோதுதான் தித்திப்பு தென்படத் தொடங்குகிறது.

வாழ்க்கையின் நிலையில்லாமையை முருகேஷ் குறிப்பிடுகிற போது,

> 'மயானத்திலிருந்து திரும்புவதற்குள்
> வீட்டிலிருந்து வெளியேறிவிட்டன
> இறந்தவரின் ஆடைகளும்.'

- என்று கூறுகிறார். இறந்தவரின் நினைவுகள் ஆடைகளைத் தாண்டியும் நீடித்து இருப்பவை.

பானை உடைகிறபோது பெண் துறவி ஒருவர் மெய்ஞானம் அடைந்ததாக ஜென் கதையொன்று உண்டு. அதை நினைவு படுத்தும் வகையில்,

‘உடைந்த மண்பானை
ஒவ்வொரு துண்டிலும்
கொஞ்சம் தண்ணீர்.’

– என்கிற முருகேஷின் கவிதை நம் காதுகளில் கிசுகிசுக்கிறது. எல்லா நீர்நிலைகளிலும் நிலவு பிரதிபலிக்கிறது. அது பெரிய கடலில் மட்டும் அல்ல, சின்னக் குளத்திலும் முகம் காட்டுகிறது.

நான் இந்த நூலை வாசித்தபோது முந்திரிப் பருப்புகளை முதலில் எடுத்துத் தின்றுவிடும் சிறுவனைப்போல, என்னை ஈர்த்தவற்றை மட்டும் தேர்ந்தெடுக்க நினைத்து அணிந்துரை அளிக்க ஆசைப்படவில்லை. நூலைத் துழாவும்போது என் கையில் கிடைத்த முந்திரிப் பருப்புகள் இவை. உங்களுக்காக நான் விட்டு வைத்த நிறைய முந்திரிப் பருப்புகளும், திராட்சைப் பழங்களும் கிடக்கிற சர்க்கரைப் பொங்கலாக இத்தொகுப்பு சமைக்கப்பட்டிருக்கிறது.

ஒவ்வொரு ஹைக்கூவையும் வாசித்த பிறகு தியானித்துப் பார்த்தால் அதிலிருக்கும் அர்த்தங்களின் ஆழம் இன்னும் அதிகமாகப் புலப்படும்.

06/04/2024

(இறையன்பு)

இந்நூல்...

எனது எழுத்து முயற்சிகளை
எப்போதும் வரவேற்றுக் கொண்டாடும்
திருக்கோகர்ணம் அரசு உயர்நிலைப்பள்ளியில்
(1982 - 1987)
என்னுடன் படித்த
சக வகுப்புத் தோழமைகளுக்கு.

கீரைக்கட்டுகளை அடுக்கி வைத்து
தண்ணீர்த் தெளிக்கிறாள் பாட்டி
கண் திறந்தது சூரியன்.

செல்பேசியில் மழலைக்குரல்
சட்டென அமைதியானது
தோட்டத்துச் சிள்வண்டு.

இரண்டு கண்கள்
கதவிடுக்கில் உற்றுப் பார்க்கின்றன
மஞ்சள் நிறத்தில்.

சிக்கிக்கொண்டது பட்டம்
வேகமாய் இழுக்கையில்
கூடவே வருகிறது ஒற்றைப்பூ.

மு.முருகேஷ்

பேருந்துப் பயணம்
இறங்கவிடாமல் செய்தது
சன்னலோரத் தூக்கம்.

புழுவைக் கவ்விய
பூச்சியும் மிரண்டுபோனது
சுவரில் பல்லி.

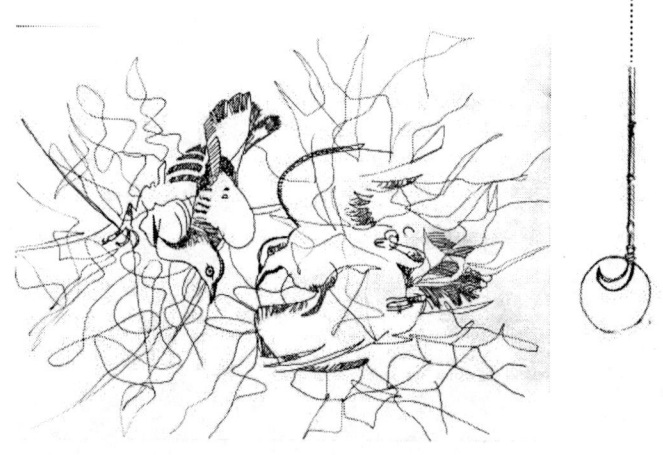

வீசியெறிந்த தானியங்கள்
கொத்தித் தின்னும் புறாக்கள்
வலைக்குள் கால்கள்.

இரயில் பயணம்
பாலத்திலிருந்து பறக்கின்றன
காலியான பாலித்தீன் பைகள்.

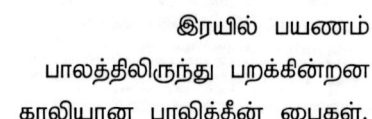

புல்வெளிக்குள்
வெறுங்காலால் நடந்தேன்
எத்தனையெத்தனை பனி முத்தங்கள்.

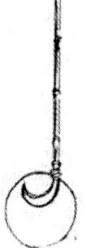

இடிந்த சுவரிடுக்கில் விழுந்தது
காக்கையின் பிணம்
முளைத்தெழுகிறது விதையொன்று.

மு.முருகேஷ்

பழக்கடையைச் சுற்றி வந்தேன்
காணவேயில்லை
ஒரு தேனீயைக்கூட.

அடுக்கி வைத்த புத்தகங்கள்
கீழடுக்கின் கடைசியில்
படிக்க நினைத்த புத்தகம்.

தொடர் மழை நாள்கள்
கழட்டிவிட்ட காலணிக்குள்
இரு குட்டித் தவளைகள்.

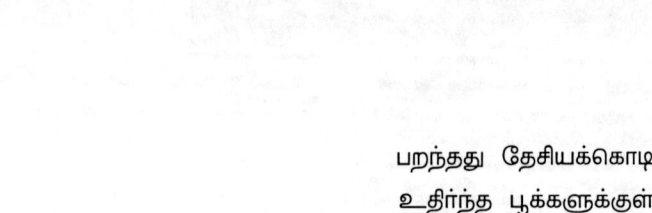

பறந்தது தேசியக்கொடி
உதிர்ந்த பூக்களுக்குள்
நெளியும் புழுக்கள்.

வரவேயில்லை
கோபமாய் திரும்பி நடந்தேன்
முகத்தில் மோதும் தட்டாம்பூச்சி.

மேடையில் குவிந்திருக்கும்
பிரம்மாண்டமான வெளிச்சம்
அரங்கம் முழுக்க அடர்ந்த இருள்.

வகுப்பறைக்குள்ளிருந்தபடியே
வெளியே எட்டிப் பார்த்தேன்
செவ்வக வடிவில் உலகம்.

அணில் கடித்த கொய்யா
கீழே விழுந்ததும்
பயந்தோடும் குட்டிநாய்.

குளக்கரையில் கொக்கு
மிரட்சியோடு பார்க்கிறது
செத்து மிதக்கும் மீன்களை.

மு.முருகேஷ்

இரயிலடியில் கலங்கும் கண்கள்
கையிலிருக்கும் மாலையிலிருந்து
உதிர்ந்தன சில மலர்கள்.

நெடுஞ்சாலையில் பெரிய பள்ளம்
திடுக்கிட்டு நின்றன வாகனங்கள்
டயர் தேய்ந்த வாசம்.

தராசில் பழங்களை வைத்ததும்
இடம்மாறி அமர்கிறது
எடைத்தட்டில் வண்டு.

வெட்டிய ஆட்டின் தலை
நிலை குத்திய கண்களில்
கனிந்த முகத்தோடு அய்யனார்.

பூங்காவிற்குள் நுழைகையில்
தோளுரசிப் போகின்றன
இணைந்த பட்டாம்பூச்சிகள்.

அம்மா மடியை விட்டு
இறங்கத் துடிக்கும் குழந்தை
தெருவில் குரங்காட்டி.

சடசடக்கும் திடீர் மழை
சாயப்பட்டறைத் தொட்டியில்
உடையும் வானவில்.

கான்கிரீட் காட்டை விட்டு
வேகமாக வெளியேறுகிறது பறவை
விதையைச் சுமந்தபடி.

நின்றெரியும் சுடர்
போகும் பக்கமெல்லாம்
இழுத்துச்செல்லும் காற்று.

மு.முருகேஷ்

என்ன பதில் சொல்ல
விபத்தில் பலியானவன் கைப்பேசியில்
விடாத தொடர் அழைப்பு.

முந்தானையை அவிழ்க்கையில்
கிழிந்துபோனது
முடிந்து வைத்த காணிக்கைப் பணம்.

சிரிப்புச் சத்தம் கேட்டதும்
கூரடைந்தன காதுகள்
பூங்காவினுள் காதலர்கள்.

கூப்பிடு தூரத்தில்தான்
கோயில் கும்பாபிஷேகம்
காத்திருக்கின்றன பசி வயிறுகள்.

காற்றில்லா வேளையிலும்
வேகமாக அசைந்தாடுகிறது
ஓவியத்தில் மரம்.

ஒரேயொரு மழைத்துளி
விழுந்ததுமே கவிழ்ந்துவிட்டது
காகிதக் கப்பல்.

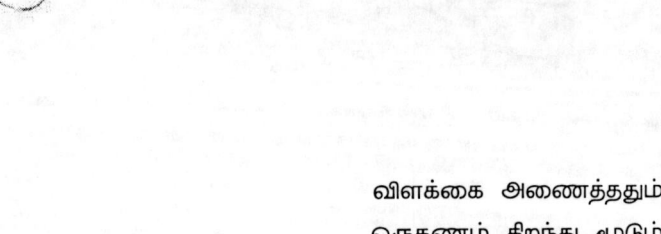

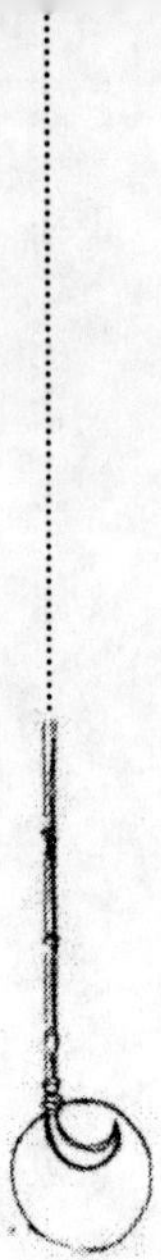

விளக்கை அணைத்ததும்
ஒருகணம் திறந்து மூடும்
தூக்கத்திலிருந்தவனின் கண்கள்.

விழுந்தன சில்லறைகள்
குனிந்து எடுக்கையில்
பதறியோடும் நாய்.

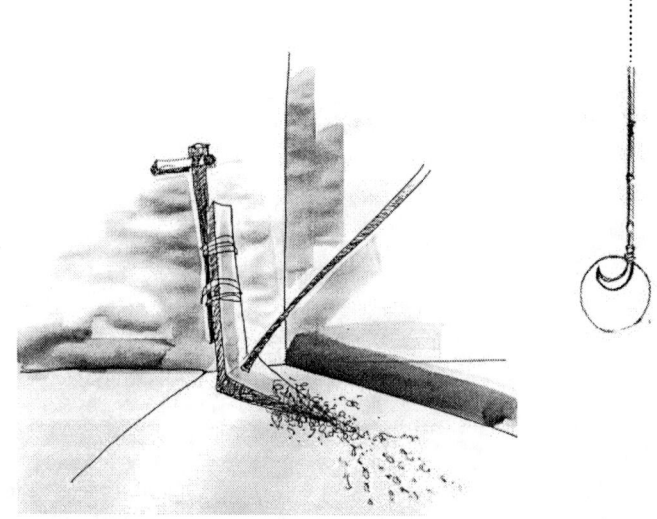

சாத்தி வைத்த ஏர்கலப்பை
கூர்முனையைச் சுற்றி வளைத்தன
கரையான்கள்.

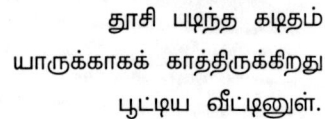

தூசி படிந்த கடிதம்
யாருக்காகக் காத்திருக்கிறது
பூட்டிய வீட்டினுள்.

பாறையின் பின்னிருந்து
வெளியேறும் புகை
கூடவே சிறுவர்களின் இருமல்.

கள்ளியில் வழிந்த பால்
மூடி மறைத்தது
காதலர் பெயர்களை.

தூரத்தில் இடியோசை
தொட்டில் குலுங்க
வீறிட்டழும் குழந்தை.

நெடுஞ்சாலையில் மல்லிகைச் சரம்
கடந்து செல்வோரையெல்லாம்
துரத்திப்போகும் வாசம்.

சிதிலமான மேற்கூரை
நடுவீட்டிற்குள் குதித்தது
பவுர்ணமி நிலா.

பயிர்களில் படரும் பூச்சிகள்
நடுங்கும் கைகளால்
மருந்து தெளிக்கும் உழவன்.

வீடடைவதற்குள் வெம்பிவிட்டன
இறுக மூடிய தூக்குச்சட்டிக்குள்
கத்தரிப் பிஞ்சுகள்.

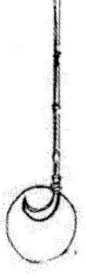

வறண்டுபோன குளம்
கட்டிய வீடுகளின் மேல்
பசியோடு கொக்குகள்.

தலைசாய்த்து கிடக்கின்றன
சேறு படிந்த நெற்கதிர்கள்
தொடர்மழை.

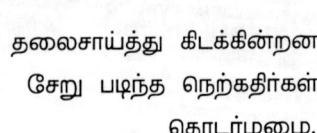

உடைந்த பொம்மை
கையிலெடுக்கையில்
வெடுக்கெனப் பிடுங்கும் குழந்தை.

பூட்டியே கிடக்கும் பள்ளிக்கூடம்
தொங்கும் தண்டவாளத் துண்டில்
குளவி கட்டியக் கூடொன்று.

மு.முருகேஷ்

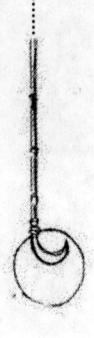

பாதியிலேயே திரும்பிவிட்டேன்
இன்னும் முடியவில்லை
இரங்கல் கூட்டம்.

புத்தக அறைக்குள்
பதுங்கிப் பதுங்கி நுழைந்தன
பசியெடுத்த எலிகள்.

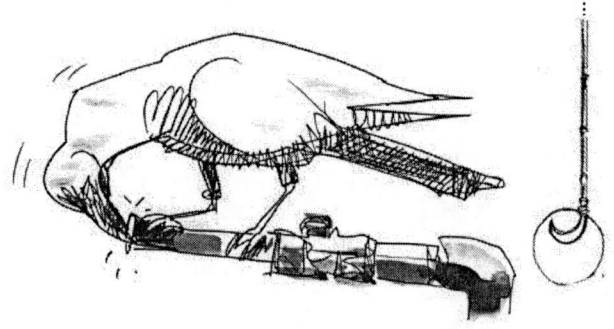

தண்ணீர்க் குழாயடியில்
விட்டுவிட்டுக் கேட்கின்றன
பறவைகள் கொத்தும் ஓசை.

கயிற்றுக்கட்டிலில் படுத்தேன்
தேகமெல்லாம் ரேகைகள்
தாத்தாவின் தொடுகை.

அம்மா ஊரிலில்லை
சொல்லாமலேயே தெரிந்துகொண்டது
தினம் வரும் அணில்.

தண்ணீரில் மூழ்கிய வாத்து
தலையை உதறுகையில்
தெறிக்கிறது நீர்மத்தாப்பு.

உதிரும் சருகுகள்
தரை தொடுமுன்னே கூட்டிப்போகும்
திடீர் காற்று.

மயானத்திலிருந்து திரும்புவதற்குள்
வீட்டிலிருந்து வெளியேறிவிட்டன
இறந்தவரின் ஆடைகளும்.

கடன் பத்திரத்தில்
கையெழுத்திடும் விவசாயி
எங்கிருந்தோ அலறுகிறது ஆந்தை.

கோழியின் றெக்கைகள்
அகலமாய் விரிந்தன
பதுங்கும் குஞ்சுகள்.

விருந்தினர் வருகை
குரைப்பினூடாகத் தகவல் பகிரும்
தெரு நாய்.

குஞ்சுகளுக்கு இரையூட்டும்
தாய்ப்பறவை
வானத்தின்மீது கண்கள்.

சோளக்காட்டுப் பொம்மை
சட்டைப்பைக்குள்ளிருந்து தலைநீட்டும்
ஓடுடைத்த குருவிக்குஞ்சு.

உயர்ந்தெழும் பட்டம்
அச்சத்தோடு விலகிப் போகிறது
இரையெடுத்த பருந்து.

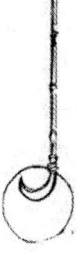

நூலடுக்குகளில்
குறுக்குநெடுக்காகப் படரும் சிலந்தி
நெடுநாளாயிற்று புத்தகம் படித்து.

கரையோர அலைகளில்
கால் நனைத்து நிற்கிறேன்
உள்ளூறும் ஈரக் கவிதையொன்று.

☆

ஓடும் வாய்க்கால் நீர்
ஓரமாய் நின்றாடுகின்றன
புற்கள்.

அம்மா கூப்பிடும்போதெல்லாம்
சன்னலிலிருந்து சட்டென விடைபெறும்
சாம்பல் குருவி.

மு.முருகேஷ்

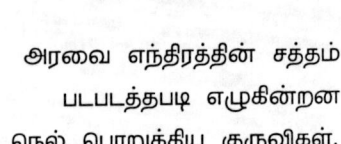

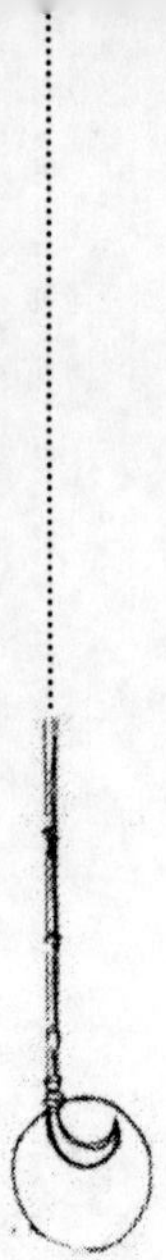

அரவை எந்திரத்தின் சத்தம்
படபடத்தபடி எழுகின்றன
நெல் பொறுக்கிய குருவிகள்.

கோழிகளுக்குள் சண்டை
பளிச்சென்று இருந்தது
குப்பையில்லா தெரு.

குளத்திற்குள்
மூழ்கியெழுந்தது மாடு
கொம்பு முளைத்த நிலா.

மு.முருகேஷ்

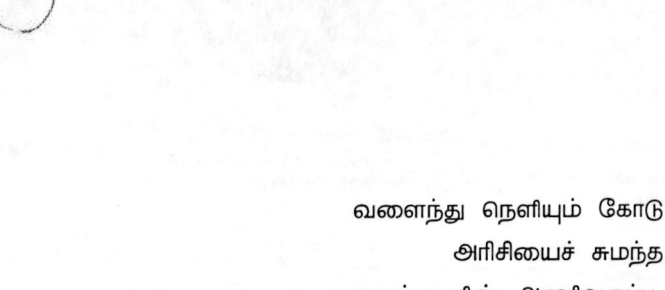

வளைந்து நெளியும் கோடு
அரிசியைச் சுமந்த
எறும்புகளின் அணிவகுப்பு.

✿

அசைந்தாடும் திரைச்சீலைகள்
சன்னலின் பின்னே அசையாமலிருக்கிறது
ஓணானொன்று.

சீக்கிரம் வந்துபார்
தோட்டத்தில் பூனையின் மீது
சிட்டுக்குருவி.

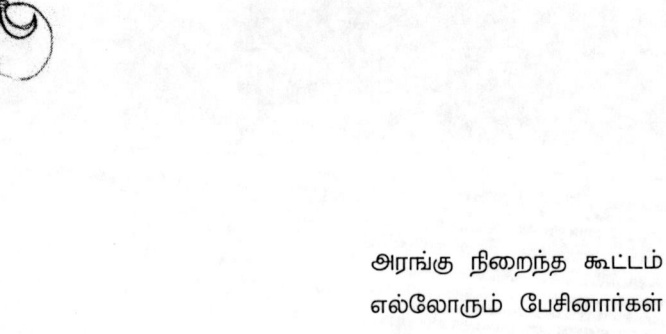

அரங்கு நிறைந்த கூட்டம்
எல்லோரும் பேசினார்கள்
படிக்கவில்லை ஒருவரும்.

☆

மதில்சுவரில் வைத்த சோறு
யாருமே எடுக்கவில்லை
காய்ச்சலில் படுத்திருக்கிறாள் மகள்.

தூண்டில் புழுவைக்
கவ்வியது மீன்
கொத்திப்போனது கொக்கு.

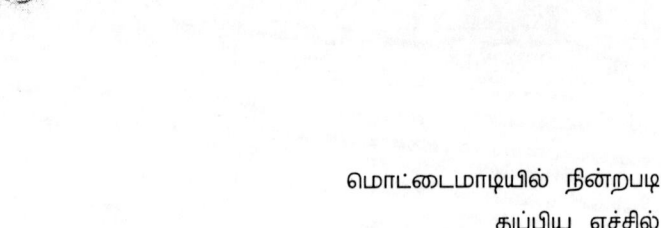

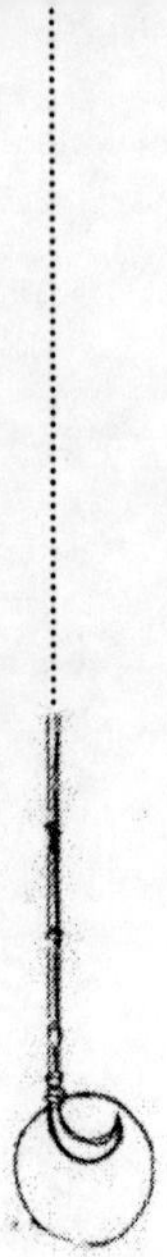

மொட்டைமாடியில் நின்றபடி
துப்பிய எச்சில்
விழுந்தது நிலவின் மேல்.

கூட்டுறவு அங்காடிக்குள்
பதுங்கும் எலிகள்
இரண்டே கால்கள்.

எப்படி முளைத்தன
நத்தைக்குச் சிறகுகள்
முதுகிலமர்ந்த பட்டாம்பூச்சி.

வறண்டு கிடக்கின்றன
ஏரி, குளங்கள்
பெருக்கெடுத்தோடுகிறது சாக்கடை.

மயானத்திலிருந்து திரும்புகையில்
பின்தொடர்ந்தே வரும்
இறந்த நண்பனின் குரல்.

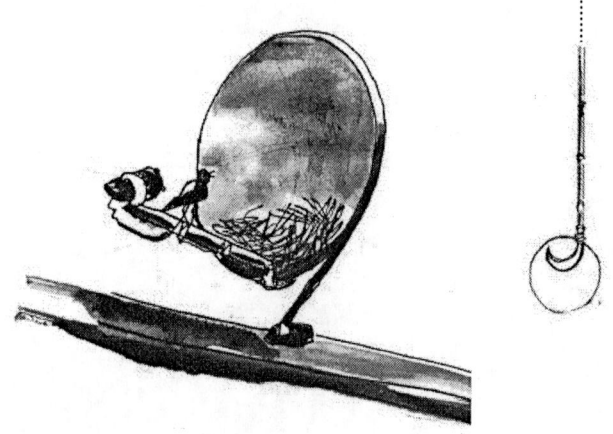

வேறெங்குப் போகும் மைனா
கூடுகட்டிய பிறகே தெரிந்தது
டிஷ் ஆண்டெனாவென்று.

அழித்துப்போட்ட கோலம்
ஏனோ விடாமல் அழுகிறது
கலங்கிய வானம்.

☆

இரு கண்களையும்
மூடச்சொன்னது குழந்தை
பரிசாகக் கன்னத்தில் முத்தம்.

குருவி முட்டையெடுக்க
வேகமாக வரும் பாம்பு
காத்திருக்கிறது கழுகு.

மொட்டைமாடியில்
மாவடுவோடு சேர்ந்தே காய்கிறது
காகம் போட்ட எலும்புத்துண்டும்.

யார் கூப்பிட்டாலும்
திரும்பாமலேயே செல்கின்றன
கூடு திரும்பும் பறவைகள்.

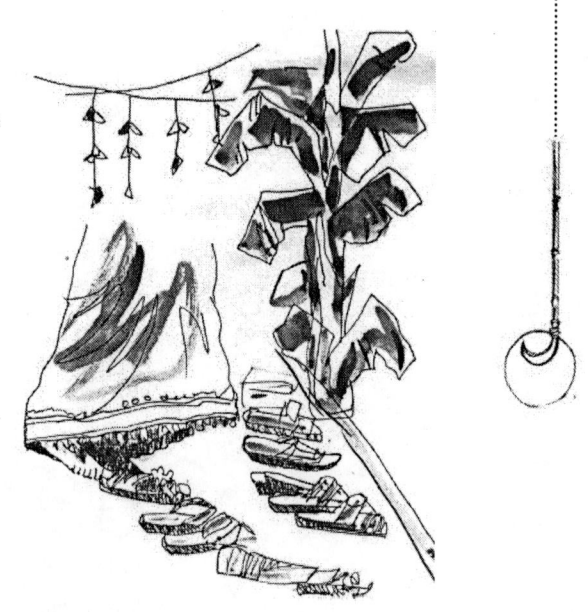

கல்யாண வீட்டுவாசலில்
கழட்டிவிட்ட செருப்புகள்
சேரவேயில்லை கடைசிவரை.

உடைந்த மண்பானை
ஒவ்வொரு துண்டிலும்
கொஞ்சம் தண்ணீர்.

அடிப்பட்டது பறவை
சாலையில் சிதறிக் கிடக்கின்றன
சிவந்த விதைகள்.

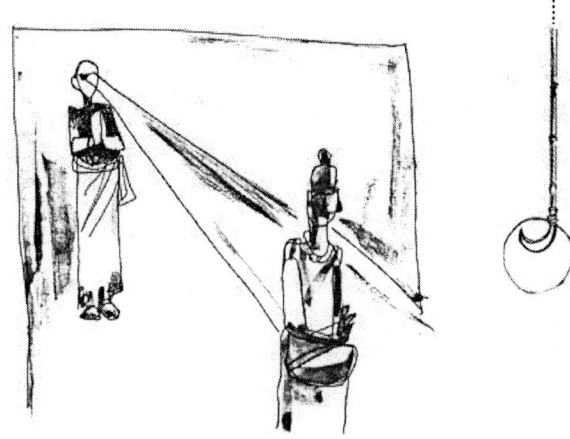

புத்தர் சிலை
தூரத்திலிருந்து பார்க்கையில்
ஒற்றைக் கல்.

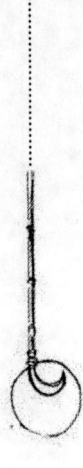

மல்லிகைச் செடியருகே
தலையாட்டும் ஓணான்
அதே வெண்மை.

சுட்டெரிக்கும் வெயில்
காயும் துணிகளுக்குள்ளிருந்து
படபடக்கிறது தேன்சிட்டு.

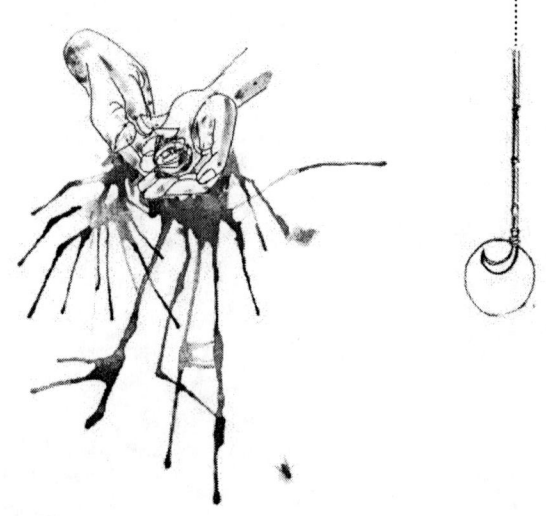

பறித்த கைகளில்
பிசுபிசுத்தது
பூவின் இரத்தம்.

கசங்கிய காகிதங்கள்
பிரித்துப் படிக்கையில்
விபத்தில் பலியான மகனின் முகம்.

பாலத்திலிருந்து தடுமாறி
கீழே விழுந்து செத்தான்
நதியைத் திருடியவன்.

தலையாட்டவேயில்லை மரங்கள்
பேரம் பேசிக்கொண்டிருக்கிறான்
மரம் வெட்டும் குத்தகைக்காரன்.

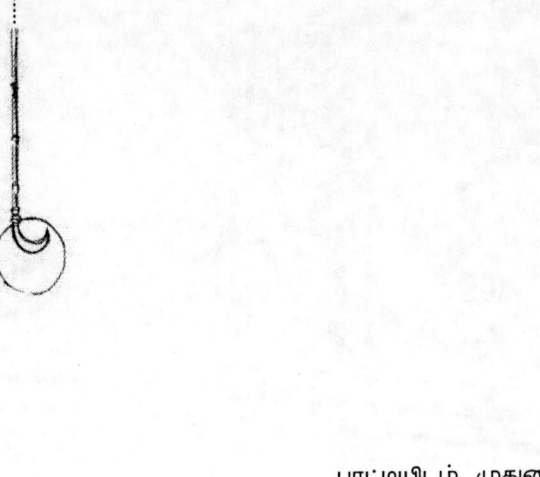

பாட்டியிடம் முதுகைக் காட்டிச்
சொறிந்துவிடச் சொல்கிறாள்
கைகளில் மருதாணியிட்ட பேத்தி.

கிராமத்து முடிவெட்டுமிடம்
அந்த ஆலமரத்திற்குத் தான்
ஏராளமான சடைகள்.

சிதறிய சோற்றுப் பருக்கைகள்
சுற்றும்முற்றும் கவனிக்கிறது
பசித்த காகம்.

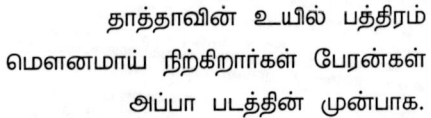

தாத்தாவின் உயில் பத்திரம்
மௌனமாய் நிற்கிறார்கள் பேரன்கள்
அப்பா படத்தின் முன்பாக.

சூரியனும் நிலவுமாக
மாறி மாறிப் பூக்கின்றன
குழந்தைகளின் வியர்வையில்.

காற்றில் பறக்கும் துண்டறிக்கை
தேடித் தேடிச் சேகரிக்கின்றான்
காகிதம் பொறுக்கும் சிறுவன்.

அள்ளிப் பருகிட
கைகளிலேந்திய நீர்
தளும்பியது ஆகாயம்.

ஹைக்கூவொன்றை எழுதச் சொல்லி
வெகுநேரமாகக் காத்திருக்கிறது
தோட்டத்திலொரு குயில்.

கவிஞரது பிற ஹைக்கூ நூல்கள்

ஹைக்கூ கவிதைகள்:

1. விரல் நுனியில் வானம் - 1993
2. என் இனிய ஹைக்கூ - 1995
3. ஹைக்கூ டைரி (டைரியாக ஒரு நூல்) - 2000
4. தரை தொடாத காற்று (ஹைக்கூ அந்தாதி) - 2001
5. நிலா முத்தம் (கையளவு நூல்) 2002
6. என் இனிய ஹைக்கூ
   (தேர்ந்தெடுத்த 500 ஹைக்கூ கவிதைகள்) - 2007
7. உயிர்க் கவிதைகள்
   (வண்ணப்புகைப்படங்களுடன் கூடிய நூல்) - 2010
8. வரும்போலிருக்கிறது மழை - 2012
9. தலைகீழாகப் பார்க்கிறது வானம் - 2016
10. குக்கூவென...
    (உள்ளங்கையடக்க வடிவிலான நூல்) - 2019
11. ஞானியின் பச்சைக்கிளி
    (கையெழுத்து + ஓவியம் கலந்த நூல்) - 2022

ஹைக்கூ கட்டுரைகள்:

1. ஹைக்கூ கற்க
   (33 ஹைக்கூ நூல்களுக்கு எழுதிய முன்னுரைகள்) - 2008
2. ஹைக்கூ கோட்டையாகும் புதுக்கோட்டை
   (கால்நூற்றாண்டு ஹைக்கூ வரலாறு) - 2012
3. பெண்ணியம் பேசும் தமிழ் ஹைக்கூ
   (இளமுனைவர் பட்ட ஆய்வு) - 2014

4. தமிழ் ஹைக்கூ: நூற்றாண்டுத் தடத்தில்...
   (தமிழ் ஹைக்கூ வரலாறு) - 2016
5. தமிழ் ஹைக்கூ நூற்றாண்டில் மு.முருகேஷ்
   (தொகுப்பு: முனைவர் சு.சேகர்) - 2021
6. தமிழ் ஹைக்கூ: அப்துல் ரகுமான் முதல் மித்ரா வரை
   (அன்றுமுதல் இன்றுவரை ஹைக்கூ வரலாறு) - 2022
7. எனக்கு ஹைக்கூ பிடிக்காது
   (25 ஹைக்கூ நூல்களுக்கு எழுதிய முன்னுரைகள்) - 2024

தொகுத்த ஹைக்கூ கவிதை நூல்கள்:

1. கிண்ணம் நிறைய ஹைக்கூ - 1995
2. வேரில் பூத்த ஹைக்கூ - 1997
3. நீங்கள் கேட்ட ஹைக்கூ - 2000
4. திசையெங்கும் ஹைக்கூ - 2002
5. இனியெல்லாம் ஹைக்கூ - 20013
6. ஹைக்கூ நந்தவனம் - 2017
7. தூண்டிலில் சிக்கிய கிளிஞ்சல்கள் - 2021

சிறப்பு வெளியீடுகள்:

1. 'நிலா முத்தம்' (160 ஹைக்கூ கவிதைகளின் மலையாள மொழிபெயர்ப்பு நூல்) - 2005
2. Let Haiku Blossom ('மலர்க ஹைக்கூ...' தேர்ந்தெடுக்கப்பட்ட 100 தமிழ் ஹைக்கூ கவிதைகளின் ஆங்கில - இந்தி மொழிபெயர்ப்பு தொகுப்பு: திருச்சி சையது) - 2020
3. ஜப்பானைச் சேர்ந்த 'Akita International Haiku Network' என்ற அமைப்பு, 10 ஹைக்கூ கவிதைகளைத் தேர்வு செய்து, 'வேர்ல்டு ஹைக்கூ சீரியஸ்' (World Haiku Series) என்றதொடரில் ஜப்பானிய மொழியில் மொழியாக்கம் செய்து வெளியிட்டுள்ளது - 2021

*

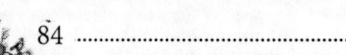